Impressum
Verlag: BABADADA GmbH, Nedderfeld 112 , 22529 Hamburg
Geschäftsführer / Verlagsleitung: Harald Hof
Druck: Books on Demand GmbH, In de Tarpen 42, 22848 Norderstedt

Imprint
Publisher: BABADADA GmbH, Nedderfeld 112 , 22529 Hamburg, Germany
Managing Director / Publishing direction: Harald Hof
Print: Books on Demand GmbH, In de Tarpen 42, 22848 Norderstedt

school
shule

divide
kugawanya

186/2

board
ubao

classroom
sajili

school yard
eneo la shule

teacher
mwalimu

paper
karatasi

write
kuandika

pen
kalamu

desk
dawati

ruler
rula

book
kitabu

pupil
mwanafunzi

satchel

mkoba

pencil case

kikasha cha penseli

pencil

penseli

pencil sharpener

kichonga penseli

rubber

mpira

drawing pad

pedi ya kuchora

drawing
uchoraji

paintbrush
brashi ya rangi

paint box
sanduku la rangi

scissors
mkasi

glue
gundi

exercise book
daftari

homework
kazi ya nyumbani

number
nambari

2+2

add
jumlisha

5-2

subtract
ondoa

multiply
zidisha

calculate
kokotoa

A

letter
barua

ABCDEFG
HIJKLMN
OPQRSTU
VWXYZ

alphabet
alfaboti

word
neno

text

maandishi

read

kusoma

chalk

chaki

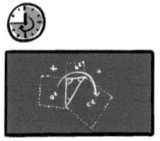

lesson

somo

register

sajili

examination

uchunguzi

certificate

cheti

school uniform

sare za shule

education

elimu

encyclopedia

elezo

university

chuo kikuu

microscope

darubini

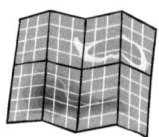

map

ramani

waste-paper basket

kikapu cha kuweka karatasi chafu

travel
usafiri

hotel
hoteli
Grand
hostel
hosteli
ROOMS
EXCHANGE
currency exchange office
ofisi ya ubadilishanaji
suitcase
sanduku
car
gari

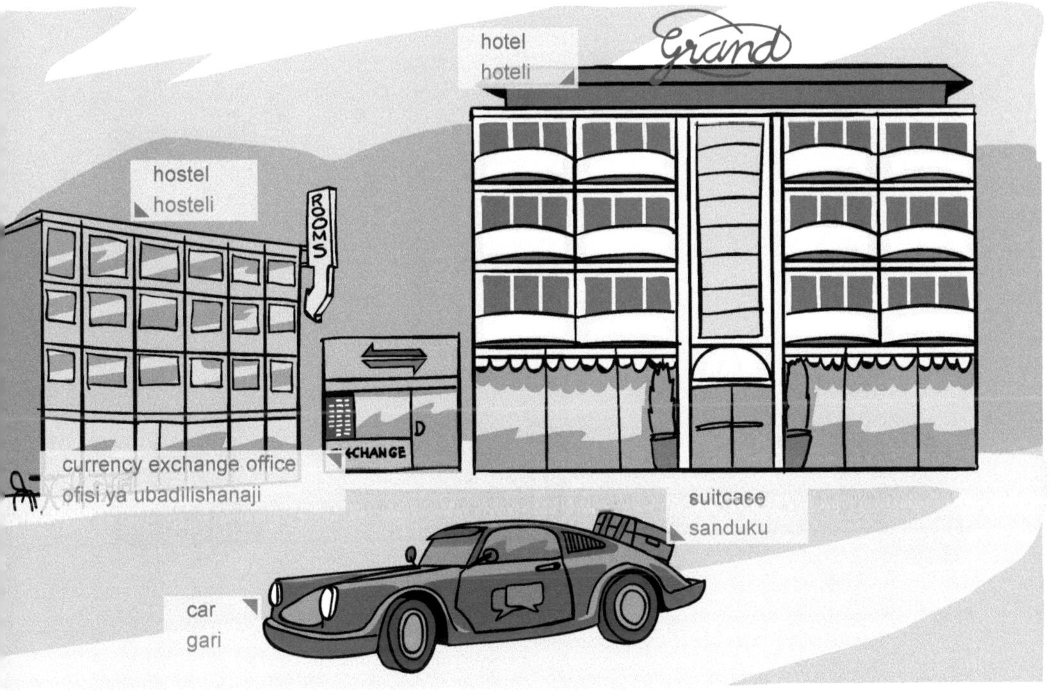

language

lugha

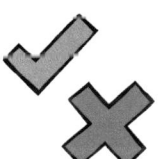

yes / no

ndiyo / la

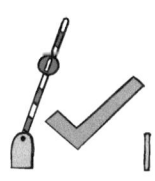

Okay

sawa

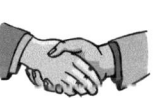

hello

hujambo

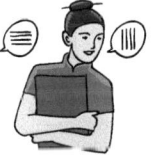

translator

mtafsiri

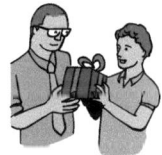

Thank you

Asante

how much is...?

kiasi gani ni ...?

I don't get it

Sielewi

problem

tatizo

Good evening!

Jioni njema!

Good morning!

Habari za asubuhi!

Good night!

Usiku mwema!

goodbye

kwa heri

direction

mwelekeo

luggage

mizigo

bag

mfuko

backpack

shanta

guest

mgeni

room

chumba

sleeping bag

begi la kulalia

tent

hema

tourist information

taarifa ya utalii

beach

ufuo

credit card

kadi

breakfast

kifunguakinywa

lunch

chakula cha mchana

dinner

chakula cha jioni

Ticket

tiketi

elevator

kuinua

stamp

muhuri

border

mpaka

customs

mila

embassy

ubalozi

visa

visa

passport

pasipoti

travel - usafiri

transport
usafiri

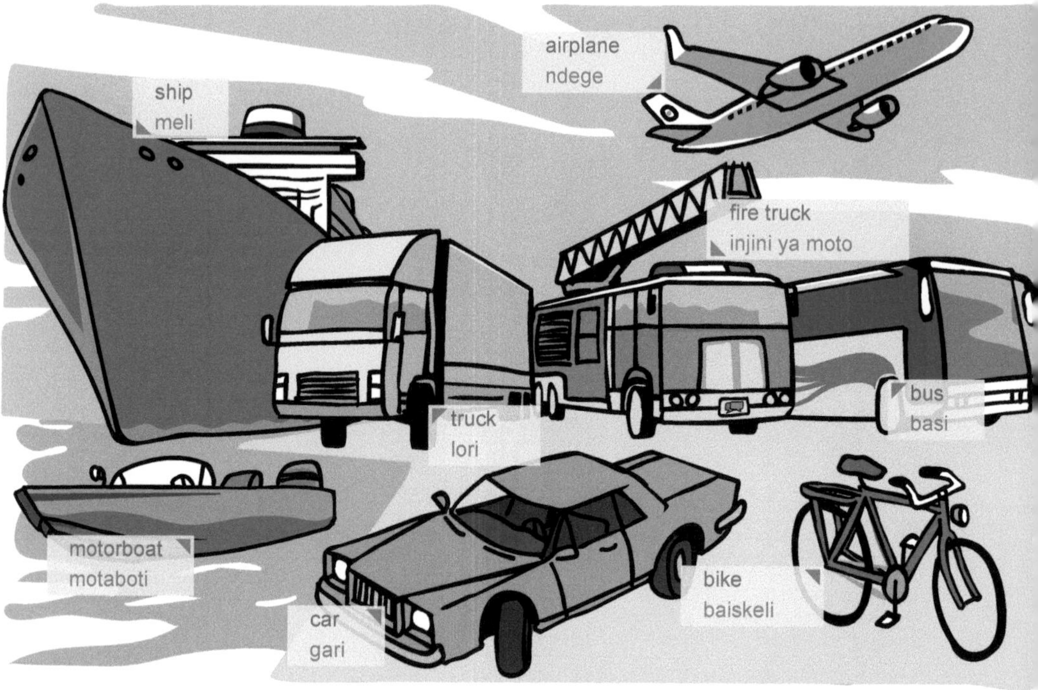
airplane
ndege
ship
meli
fire truck
injini ya moto
truck
lori
bus
basi
motorboat
motaboti
bike
baiskeli
car
gari

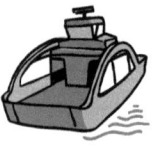

ferry

feri

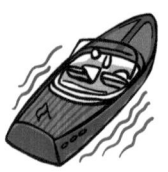

boat

mashua

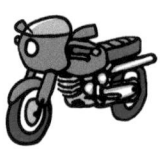

motorbike

pikipiki

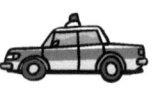

police car

gari la polisi

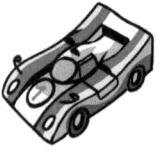

racing car

gari la mashindano

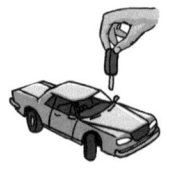

rental car

gari la kukodisha

car sharing

kushiriki gari

tow truck

lori la kuvuta

garbage truck

ukusanyaji taka

engine

motor

fuel

mafuta

fuel station

kituo cha mafuta

traffic sign

ishara trafiki

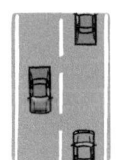

traffic

trafiki

traffic jam

msongamano

parking lot

maegesho

train station

kituo cha treni

tracks

reli

train

garimoshi

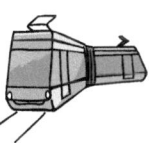

tram

tremu

wagon

gari la mizigo

helicopter

helikopta

airport

uwanja wa ndege

tower

mnara

passenger

abiria

container

chombo

carton

katoni

cart

mkokoteni

basket

kikapu

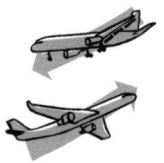

take off / land

ondoka

city

jiji

village

kijiji

city center

katikati ya jiji

house

nyumba

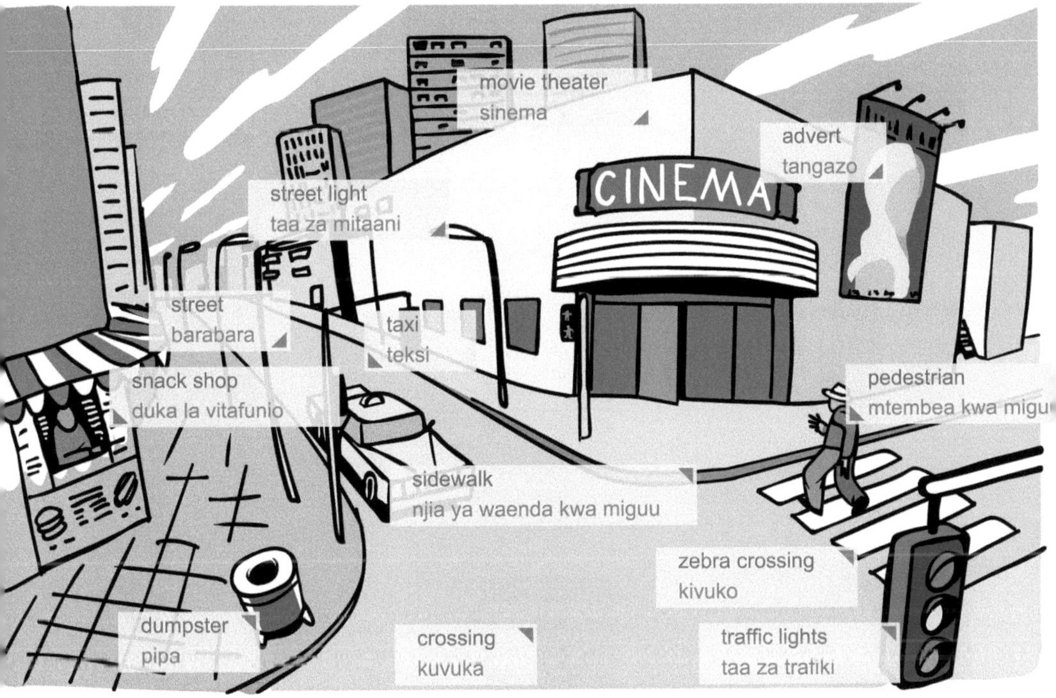

movie theater
sinema
advert
tangazo
CINEMA
street light
taa za mitaani
street
barabara
taxi
teksi
snack shop
duka la vitafunio
pedestrian
mtembea kwa migu
sidewalk
njia ya waenda kwa miguu
zebra crossing
kivuko
dumpster
pipa
crossing
kuvuka
traffic lights
taa za trafiki

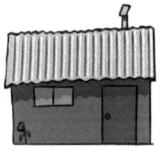

hut

kibanda

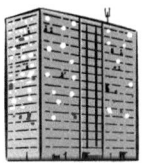

apartment

gorofa

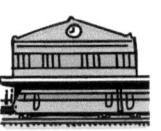

train station

kituo cha treni

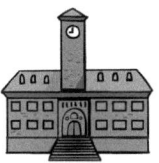

city hall

ukumbi wa mji

MUSEUM

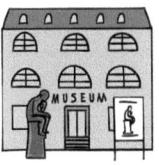

museum

Makavazi

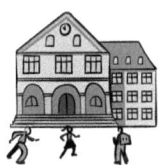

school

shule

university

chuo kikuu

bank

benki

hospital

hospitali

hotel

hoteli

pharmacy

duka la dawa

office

ofisi

book shop

duka la kitabu

shop

duka

flower shop

duka la maua

supermarket

dukakuu

market

soko

department store

idara ya kuhifadhi

fishmonger's shop

mwuza samaki

mall

kituo cha ununuzi

harbor

bandari

park

Hifadhi

bench

benki

bridge

daraja

stairs

vidato

subway

chini ya ardhi

tunnel

handaki

bus stop

kituo cha mabasi

bar

bar

restaurant

mgahawa

postbox

sanduku la posta

street sign

ishara ya barabara

parking meter

mita ya maegesho

zoo

bustani ya wanyama

swimming pool

kidimbwi cha kuogoloa

mosque

msikiti

farm

shamba

pollution

uchafuzi

cemetery

makaburini

church

kanisa

playground

uwanja wa michezo

temple

hekalu

landscape

mazingira

leaf
jani

signpost
ishara ya mwelekeo

path
njia

meadow
malisho

stone
jiwe

tree
mti

hiker
mtembeaji wa masafa

river
mto

grass
nyasi

flower
ua

valley

bonde

hill

kilima

lake

ziwa

forest

msitu

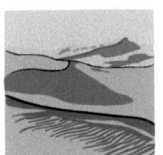

desert

jangwa

volcano

volkano

castle

ngome

rainbow

upinde wa mvua

mushroom

uyoga

palm tree

mtende

mosquito

mbu

fly

kuruka

ant

chungu

bee

nyuki

spider

bulbui

landscape - mazingira

beetle

mende

frog

chura

squirrel

kuchakuro

hedgehog

nungunungu

hare

sungura

owl

bundi

bird

ndege

swan

swan

boar

nguruwe mwitu

deer

kulungu

moose

aina ya kongoni

dam

bwawa

wind turbine

tabo ya upepo

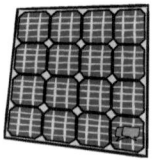

solar panel

nishaji ya jua

climate

hali ya hewa

restaurant
mgahawa

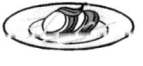

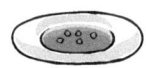

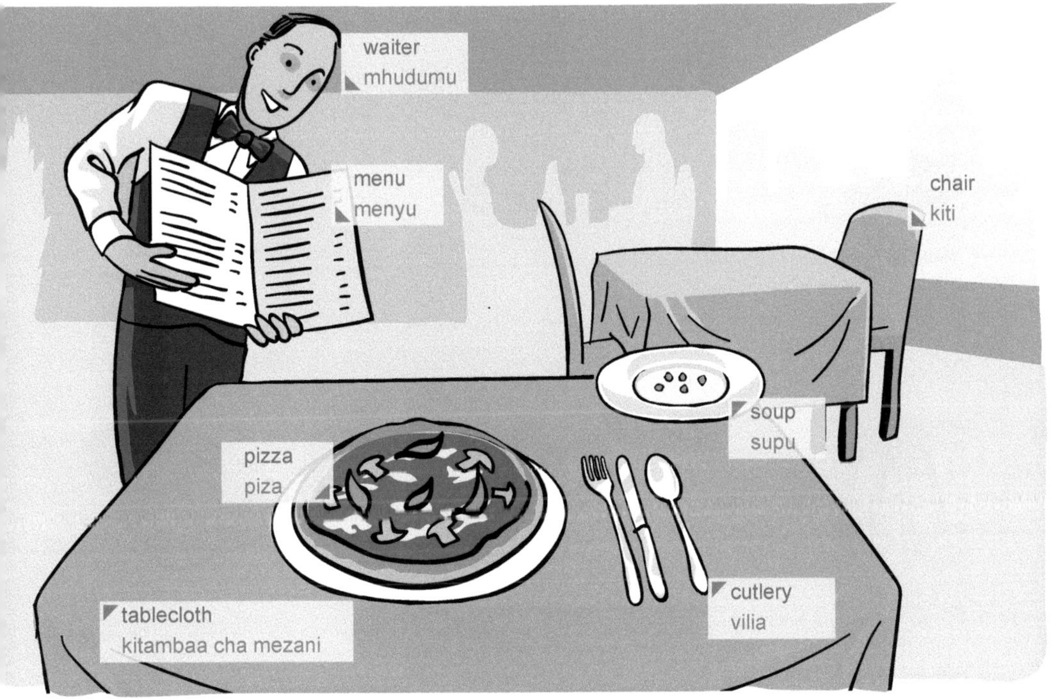

waiter
mhudumu
menu
menyu
chair
kiti
soup
supu
pizza
piza
cutlery
vilia
tablecloth
kitambaa cha mezani

starter

kiamsha hamu

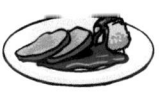

main course

kozi kuu

dessert

kitindamlo

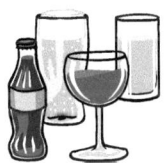

drinks

vinywaji

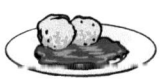

food

chakula

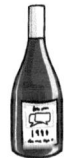

bottle

chupa

fast food

chakula cha haraka

street food

Streetfood

teapot

buli

sugar bowl

kisanduku cha sukari

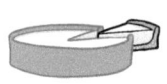

portion

sehemu

espresso machine

mashine ya espresso

high chair

kiti kirefu

bill

muswada

tray

trei

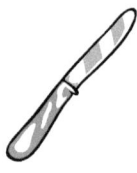

knife

kisu

fork

uma

spoon

kijiko

teaspoon

kijiko cha chai

serviette

nepi

glass

glasi

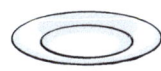

plate

sahani

soup plate

sahani ya supu

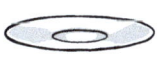

saucer

sufuria

sauce

mchuzi

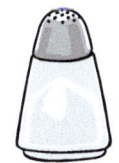

salt shaker

kichanyaji chumvi

pepper mill

kinu cha pilipili

vinegar

siki

oil

mafuta

spices

viungo

ketchup

kechapu

mustard

haradali

mayonnaise

kachumbari nzito

supermarket
dukakuu

special offer
ofa maalum
customer
mteja
dairy products
maziwa
fruit
matunda
shopping cart
toroli
FOR

BUTCHERS

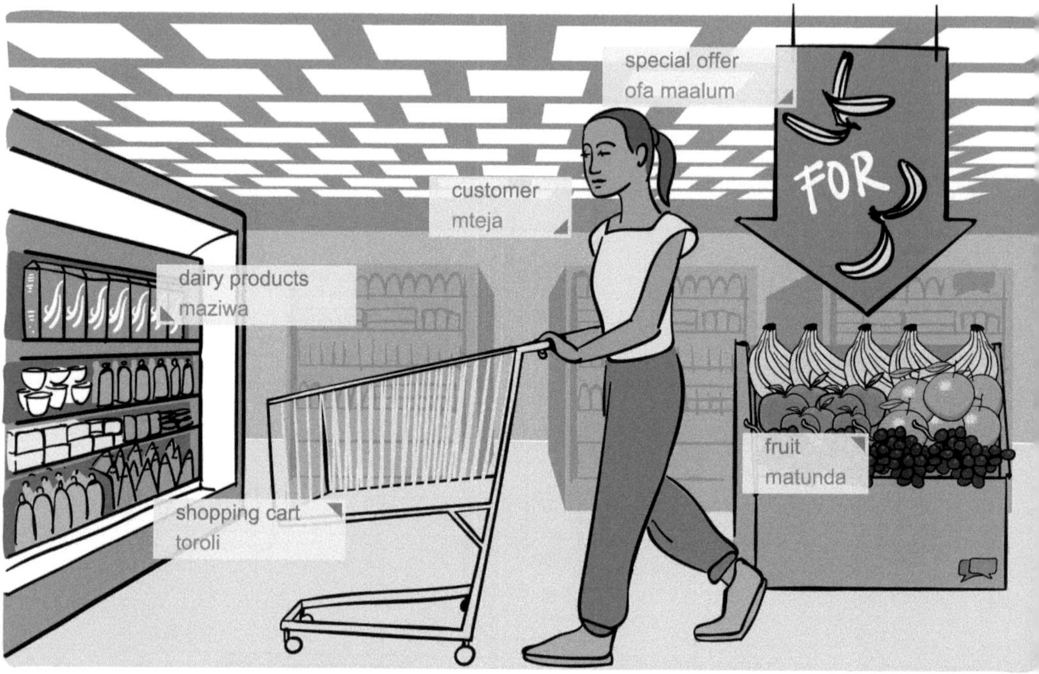

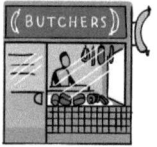

butcher's shop
mchinjaji

BAKERY

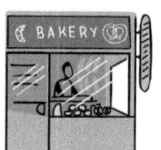

bakery
mwokaji

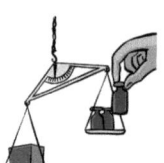

weigh
uzito

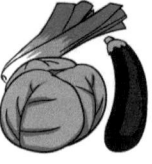

vegetables
mboga

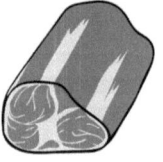

meat
nyama

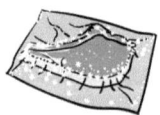

frozen food
chakula waliohifadhiwa

cold cuts

vipande vya nyama baridi

canned food

chakula cha kopo

detergent

sabuni ya unga

candy

pipi

household products

bidhaa za kaya

cleaning products

bidhaa za kusafisha

sales representative

mtu mauzo

cash register

mpaka

cashier

keshia

shopping list

orodha ya manunuzi

opening hours

masaa ya ufunguzi

wallet

mkoba

credit card

kadi

bag

mfuko

plastic bag

mfuko wa plastiki

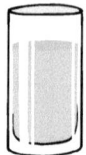

water
maji

juice
sharubati

milk
maziwa

coke
coke

wine
mvinyo

beer
bia

alcohol
pombe

cocoa
kakao

tea
chai

coffee
kahawa

espresso
spreso

cappuccino
kapuchino

banana

ndizi

apple

tufaha

orange

machungwa

melon

tikiti

lemon

lcmon

carrot

karoti

garlic

kitunguu saumu

bamboo

mianzi

onion

kitunguu

mushroom

uyoga

nuts

karanga

noodles

nudo

spaghetti

spageti

rice

mpunga

salad

saladi

fries

vibanzi

fried potatoes

viazi vya kukaanga

pizza

piza

hamburger

hambaga

sandwich

sandwichi

escalope

kipande

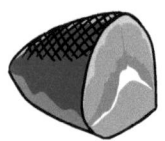

ham

paja la mnyama

salami

salami

sausage

soseji

chicken

kuku

roast

choma

fish

samaki

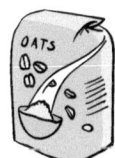

porridge oats

oats ya uji

muesli

muesli

cornflakes

cornflakes

flour

unga

croissant

kroisanti

bread roll

andazi

bread

mkate

toast

mkate wa kubanika

cookies

biskuti

butter

siagi

curd

maziwa mgando

cake

keki

egg

yai

fried egg

yai kukaanga

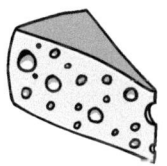

cheese

jibini

ice cream

aiskrimu

sugar

sukari

honey

asali

jelly

jemu

nougat cream

kuenea kwa chokoleti

curry

mchuzi wa viungo

farm
shamba

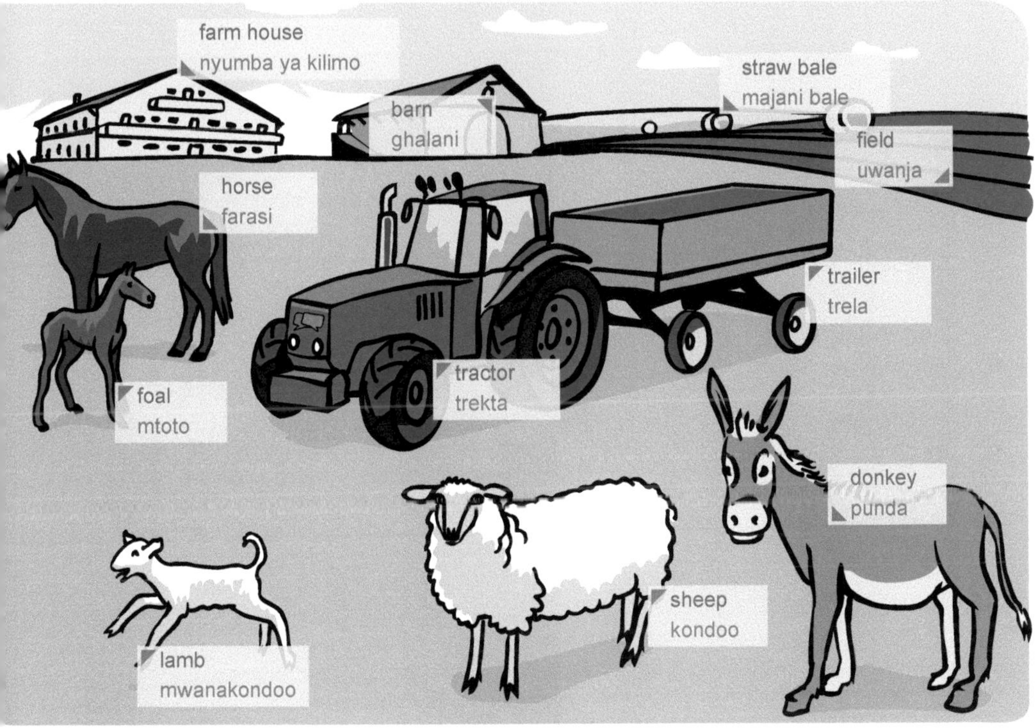
farm house
nyumba ya kilimo
barn
ghalani
straw bale
majani bale
field
uwanja
horse
farasi
trailer
trela
tractor
trekta
foal
mtoto
donkey
punda
sheep
kondoo
lamb
mwanakondoo

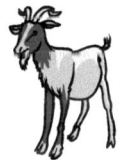

goat

mbuzi

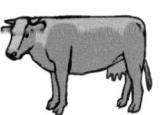

cow

ng'ombe

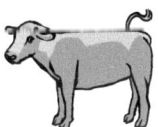

calf

ndama

pig

nguruwe

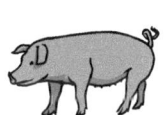

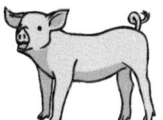

piglet

mwananguruwe

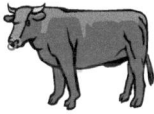

bull

fahali

goose

batabukini

duck

bata

chick

kifaranga

hen

kuku

cockerel

jogoo

rat

panya

cat

paka

mouse

panya

ox

ng'ombe

dog

mbwa

dog house

nyumba ya mbwa

garden hose

bomba la bustani

watering can

debe la kumwagilia maji

scythe

fyekeo

plow

kulima

sickle

mundu

hoe

jembe

pitchfork

uma wa nyasi

axe

shoka

pushcart

toroli

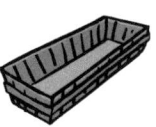

trough

kupitia nyimbo

milk can

chombo cha maziwa

sack

gunia

fence

ua

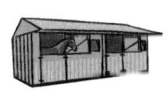

stable

imara

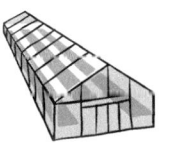

greenhouse

chafu

soil

udongo

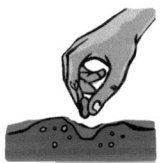

seed

mbcgu

fertilizer

mbolea

combine harvester

kivunaji

harvest

mavuno

harvest

mavuno

yams

viazi vikuu

wheat

ngano

soya

soya

potato

viazi

corn

mahindi

rapeseed

rapa

fruit tree

mti wa matunda

manioc

muhogo

grain

nafaka

house
nyumba

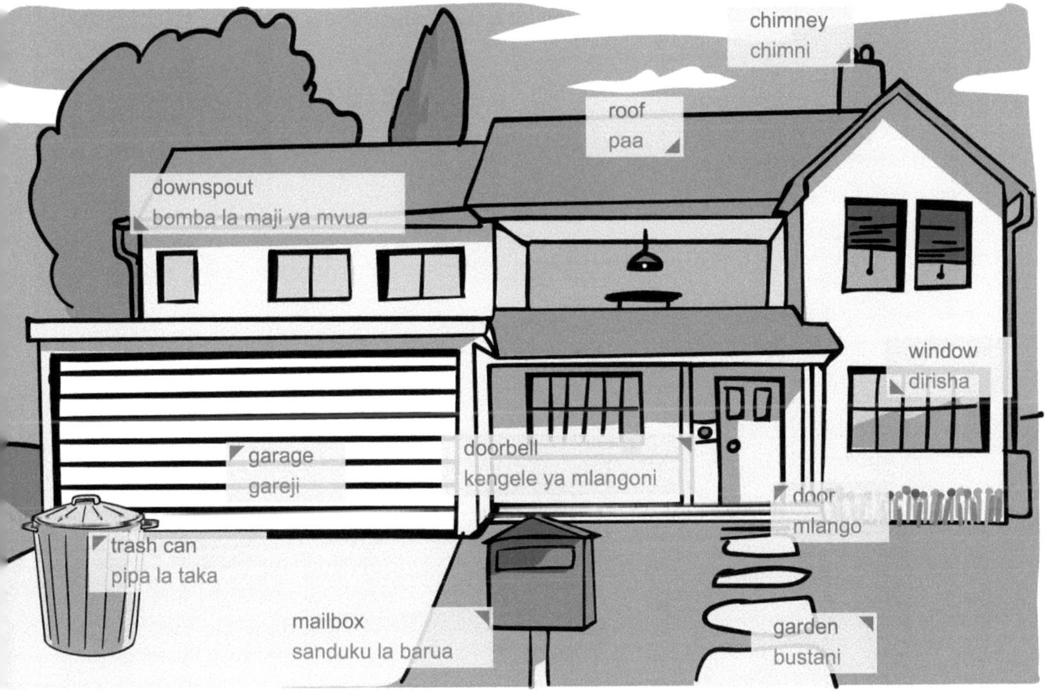
chimney
chimni
roof
paa
downspout
bomba la maji ya mvua
window
dirisha
garage
gareji
doorbell
kengele ya mlangoni
door
mlango
trash can
pipa la taka
mailbox
sanduku la barua
garden
bustani

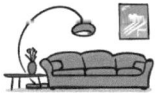

living room

sebuleni

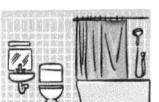

bathroom

bafu

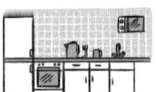

kitchen

jikoni

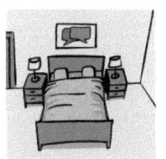

bedroom

chumba cha kulala

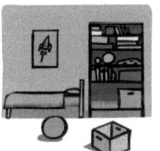

kids room

chumba ya mtoto

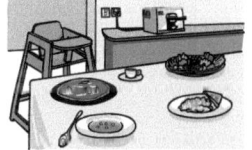

dining room

chumba cha kulia

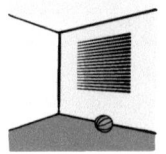

floor

sakafu

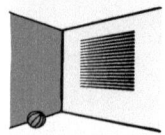

wall

ukuta

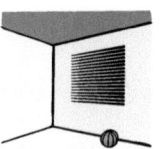

ceiling

dari

cellar

pishi

sauna

sauna

balcony

roshani

terrace

mtaro

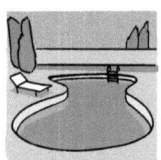

pool

kidimbwi

lawn mower

mashine ya kukata nyasi

sheet

karatasi

bedspread

kitambaa cha kupamba
kitanda

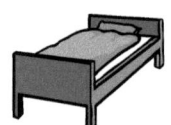

bed

kitanda

broom

ufagio

bucket

ndoo

switch

kubadili

living room
sebuleni

wallpaper
mandhari
picture
picha
lamp
taa
shelf
rafu
cabinet
kabati
television
televisheni/runinga
fireplace
mekoni
flower
ua
cushion
mto
sofa
sofa
vase
chombo cha maua
remote control
kitenzambali

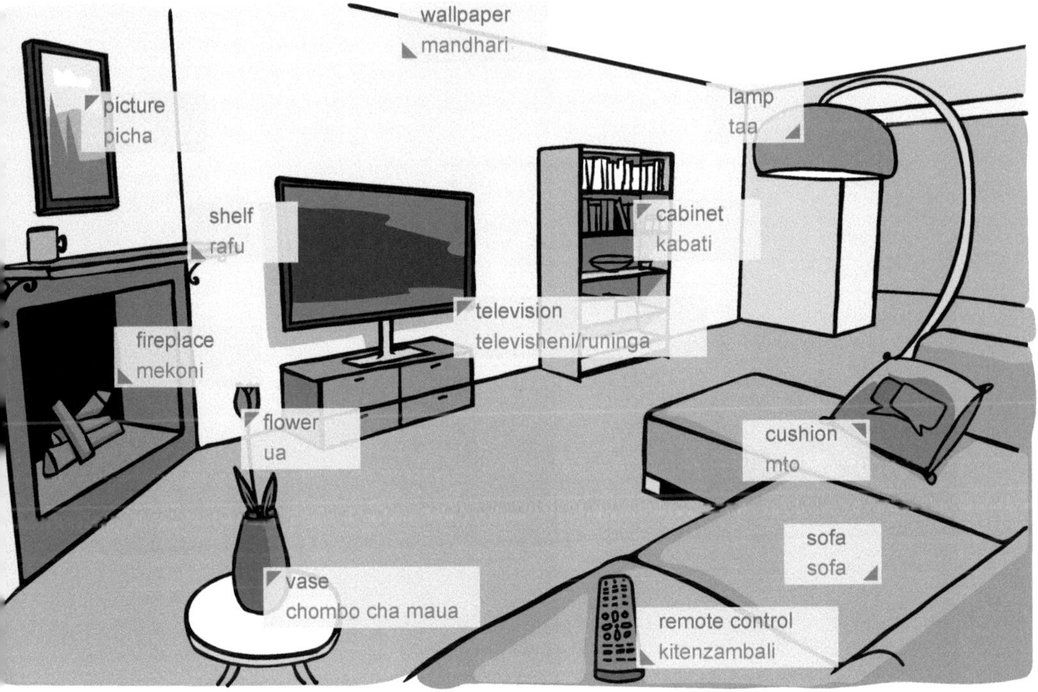

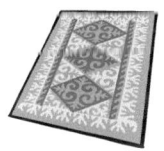

carpet

zulia

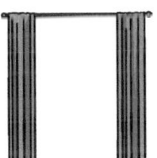

drape

pazia

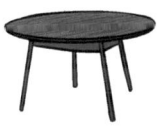

table

meza

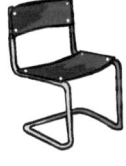

chair

kiti

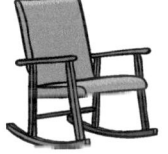

rocking chair

kiti cha bembea

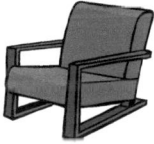

armchair

armchair

book

kitabu

blanket

blanketi

decoration

mapambo

firewood

kuni

film

filamu

stereo system

kifaa cha hi-fi

key

ufunguo

newspaper

gazeti

painting

uchoraji

poster

bango

radio

redio

notebook

daftari

vacuum cleaner

kifyonza

cactus

dungusi kakati

candle

mshumaa

kitchen
jikoni

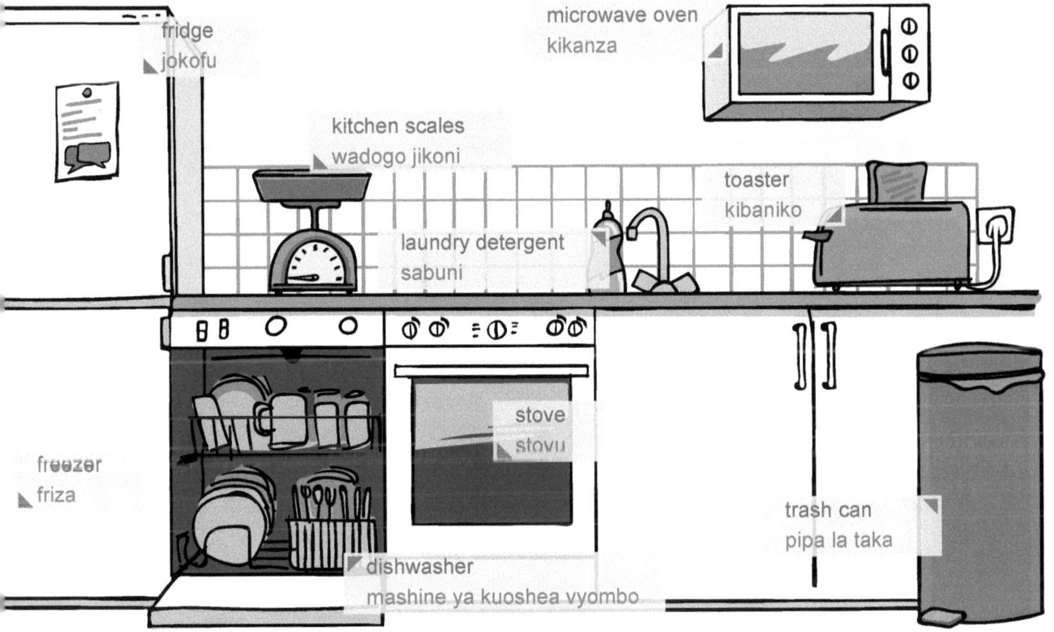

fridge
jokofu
microwave oven
kikanza
kitchen scales
wadogo jikoni
toaster
kibaniko
laundry detergent
sabuni
stove
stovu
freezer
friza
trash can
pipa la taka
dishwasher
mashine ya kuoshea vyombo

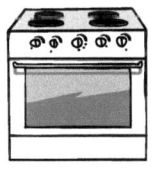

cooker
jiko la kupika

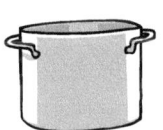

pot
chungu

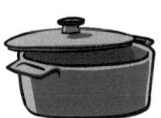

cast-iron pot
sufuria ya chuma

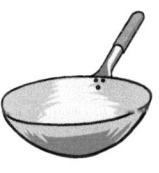

wok / kadai
wok / kadai

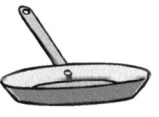

pan
kaango

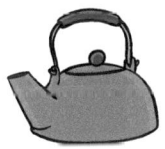

kettle
birika

steamer

stima

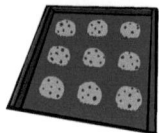

baking tray

sinia ya kuoka

crockery

vyombo vya udongo

mug

kombe

bowl

bakuli

chopsticks

vijiti vya kulia

ladle

ukawa

spatula

mwiko mpana

whisk

burashi

strainer

kichujio

sieve

chujio

grater

mbuzi

mortar

chokaa

barbecue

barbeque

fireplace

moto wazi

chopping board
ubao wa majaribio

rolling pin
kijiti cha kusukuma unga

corkscrew
kizibuo

can
kopo

can opener
inaweza kopo

oven cloth
kishikio cha chungu

sink
karo

brush
brashi

sponge
sifongo

blender
kisagaji matunda

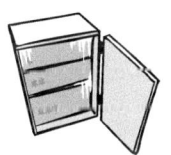

deep freezer
friji ya kina

baby bottle
chupa ya mtoto

tap
bomba

bathroom

bafu

heating
joto
towel
taulo
shower
mfereji wa kuogea
shower curtain
pazia la kuogea
bubble bath
maji ya kuoga yenye povu
bathtub
hodhi
glass
glasi
washing machine
mashine ya kuosha
tap
bomba
tiles
vigae
potty
poti
sink
karo

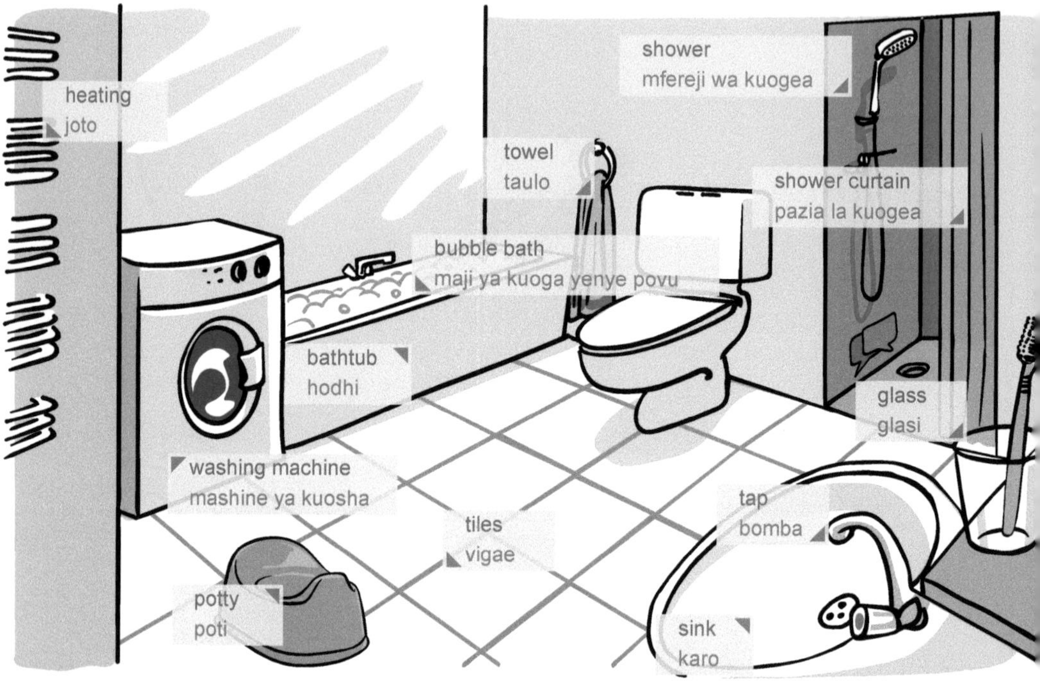

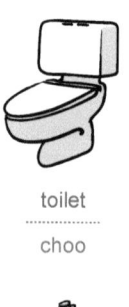

toilet

choo

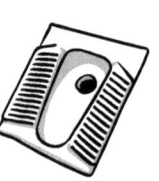

squat toilet

choo cha squat

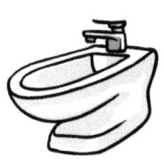

bidet

beseni la mviringo

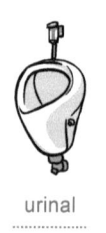

urinal

choo cha umma

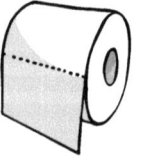

toilet paper

shashi

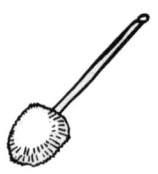

toilet brush

brashi ya choo

toothbrush

mswaki

toothpaste

dawa ya meno

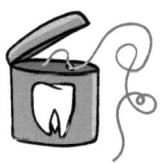

dental floss

dawa ya meno

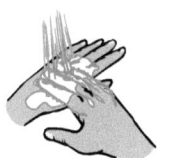

wash

safisha

hand shower

kuoga mkono

douche

msukumo wa maji

basin

bonde

back brush

mpako wa pili

soap

sabuni

shower gel

jeli ya kuogea

shampoo

shampuu

flannel

flana

drain

toa maji

creme

krimu

deodorant

kiondoa harufu

mirror

kioo

hand mirror

kioo mkono

razor

kinyozi

shaving foam

povu la kunyoa

aftershave

baada ya kunyoa

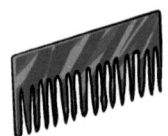

comb

kichana

brush

brashi

hair-dryer

kikausha nywele

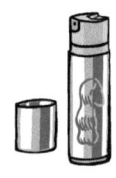

hairspray

marashi ya nyewele

makeup

vipodozi

lipstick

kidomwa

nail varnish

varnish ya msumari

cotton wool

pamba

nail scissors

mkasi wa kucha

perfume

manukato

washbag

mkoba wa kuosha

stool

kinyesi

weighing scales

mizani

bathrobe

nguo ya kuoga

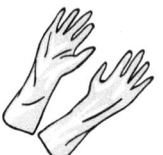

rubber gloves

glavu za mpira

tampon

kisodo

sanitary towel

sodo

chemical toilet

kemikali choo

kids room

chumba ya mtoto

alarm clock
saa ya kengele
cuddly toy
kidoli cha kupakata
toy car
gari bandia
rattle
kelele
doll's house
chumba cha midoli
present
sasa

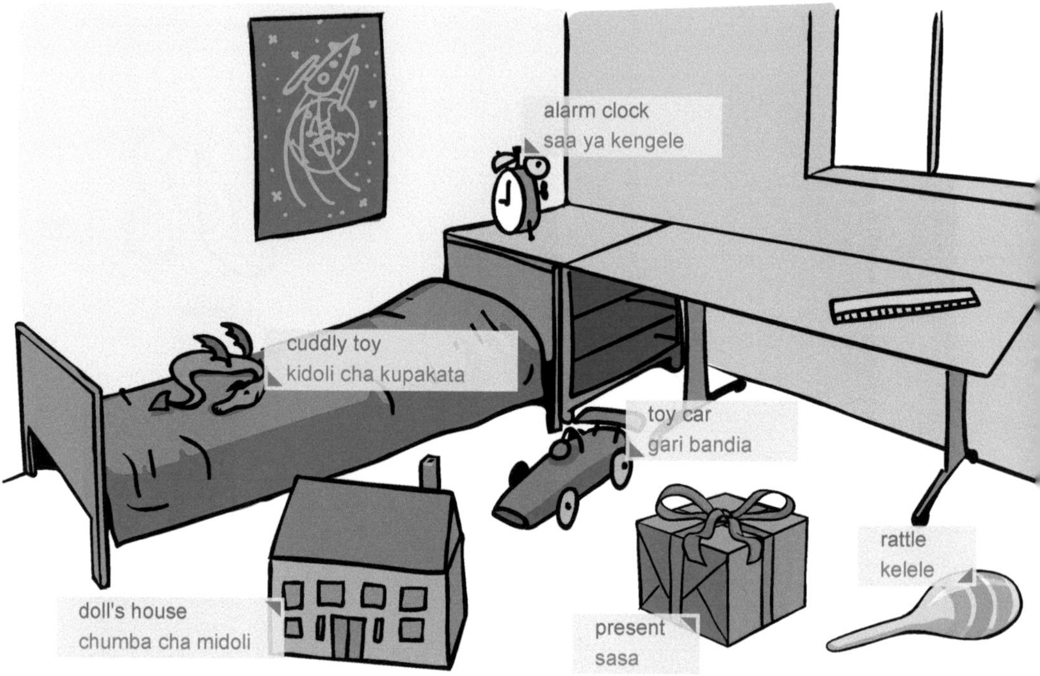

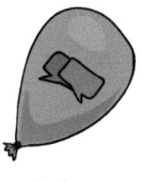

balloon

baluni

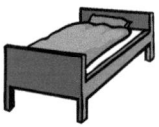

bed

kitanda

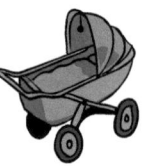

stroller

mashua

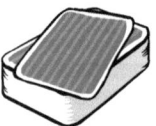

deck of cards

staha ya kadi

jigsaw

mchezo-fumb

SUPER
MEGA

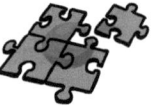

comic

vichekesho

lego bricks

matofali lego

toy blocks

vitalu mwigo

action figure

hatua takwimu

romper suit

suti ya kulalia

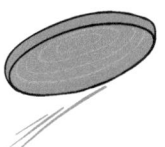

frisbee

kisahani

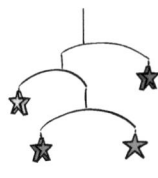

mobile

simu

board game

ubao wa michezo

dice

kete

model train set

garimoshi mwigo

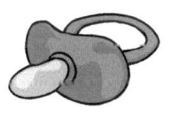

pacifier

dummy

party

chama

picture book

picha kitabu

ball

mpira

doll

kikaragosi

play

kucheza

sandpit

shimo la mchanga

swing

bembea

toys

vitu bandia

video game console

kiweko cha video ya
mchezo

tricycle

baiskeli ya magurudumu

teddy bear

mwanasesere

wardrobe

kabati

matatu

clothing

nguo

socks

soksi

stockings

stokingi

tights

kibano

scarf
skafu

belt
ukanda

umbrella
mwavuli

t-shirt
fulana

boots
viatu

sneakers
wakufunzi

slippers
ndara

sandals

malapa

shoes

viatu

rubber boots

mabuti ya mpira

underwear

suruali ya ndani

bra

sidiria

undershirt

fulana

body

mwili

pants

suruali

jeans

dangirizi

skirt

sketi

blouse

blauzi

shirt

shati

pullover

vuta

sweater

sweta

blazer

bleza

jacket

jaketi

coat

koti

raincoat

koti la mvua

costume

maleba

dress

gauni

wedding dress

mavazi ya harusi

suit

suti

nightgown

vazi la usiku

pajamas

pajama

sari

sari

headscarf

skafu

turban

kilemba

burka

burka

kaftan

kaftan

abaya

abaya

swimsuit

vazi la kuogelea

trunks

vazi la kiume la kuogelea

shorts

kaptura

tracksuit

tcitci

apron

aproni

gloves

glavu

button

kifungo

glasses

glasi

bracelet

bangili

necklace

mkufu

ring

pete

earring

herini

cap

kofia

coat hanger

kiango cha koti

hat

kofia

tie

tai

zip

zipu

helmet

kofia

braces

kanda za suruali

school uniform

sare za shule

uniform

sare

bib
bibu

pacifier
dummy

diaper
nepi

server
seva

filing cabinet
kabati la kuweka faili

paper
karatasi

printer
kichapishaji

monitor
kiwambo

desk
dawati

mouse
kipanya

folder
folda

keyboard
kibodi

chair
kiti

e-paper basket
ou cha kuweka karatasi chafu

computer
kompyuta

coffee mug
kmobe la kahawa

calculator
kikokotoo

internet
biashara

office - ofisi

49

laptop
mbali

letter
barua

message
ujumbe

cell phone
rununu

network
intaneti

photocopier
fotokopia

software
programu

telephone
simu

plug socket
soketi

fax machine
kipepesi

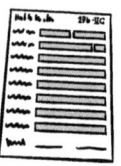

form
fomu

document
hati

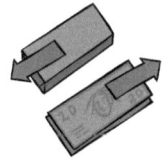

buy
....
kununua

pay
....
kulipa

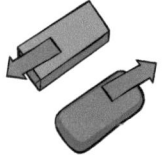

trade
....
biashara

money
....
fedha

 **USD**

dollar
....
dola

 **EUR**

euro
....
yuro

 **JPY**

yen
....
yeni

 **RUB**

rouble
....
rouble

 **CHF**

Swiss franc
....
faranga ya Uswisi

 **CNY**

renminbi yuan
....
renminbi yuan

 **INR**

rupee
....
rupia

cash point
....
eneo la kulipia

currency exchange office

ofisi ya ubadilishanaji

gold

dhahabu

silver

fedha

oil

mafuta

energy

nishati

price

bei

contract

mkataba

tax

kodi

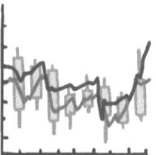

stock

bidhaa

work

kazi

employee

mfanyakazi

employer

mwajiri

factory

kiwanda

shop

duka

economy - uchumi

occupations

kazi

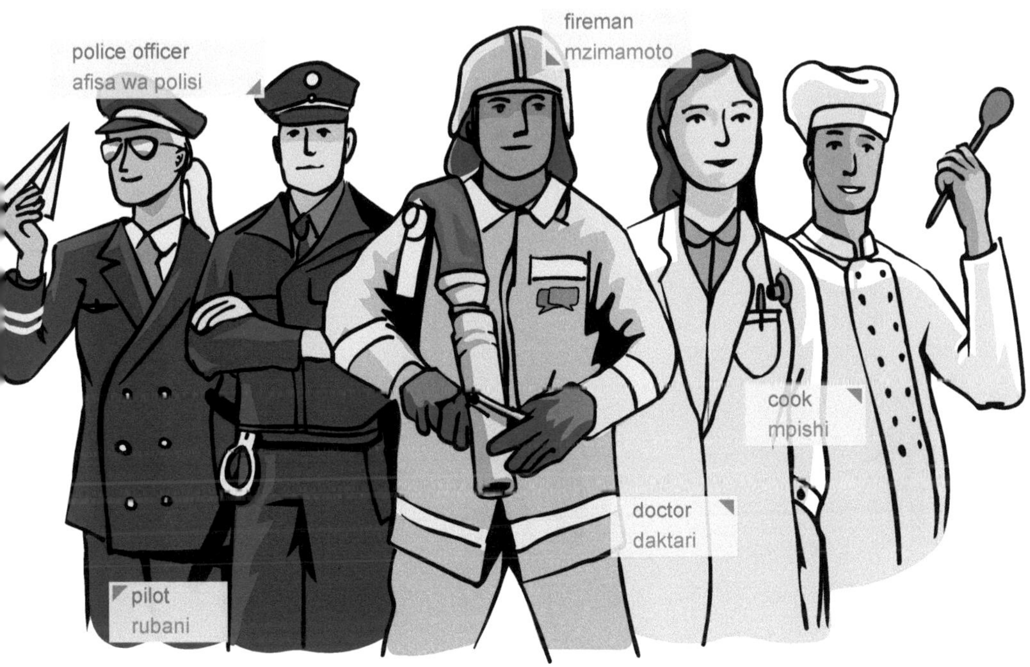
police officer
afisa wa polisi
fireman
mzimamoto
cook
mpishi
doctor
daktari
pilot
rubani

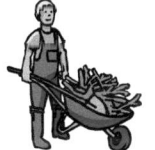

gardener

mtunza bustani

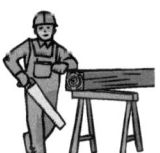

carpenter

seremala

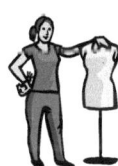

seamstress

mshonaji

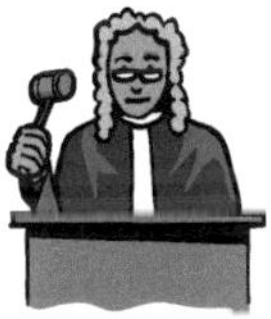

judge

hakimu

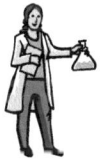

chemist

mwanakemia

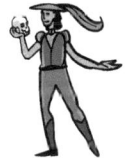

actor

muigizaji

bus driver

dereva wa basi

taxi driver

dereva wa teksi

fisherman

mvuvi

cleaning lady

mwanamke wa kusafisha

roofer

mwezekaji

waiter

mhudumu

hunter

mwindaji

painter

mchoraji

baker

mwokaji

electrician

umeme

builder

mjenzi

engineer

mhandisi

butcher

mchinjaji

plumber

fundi bomba

postman

mwanaposta

soldier

mwanajeshi

architect

msanifu majengo

cashier

keshia

florist

muuza maua

hairdresser

msusi

conductor

kondakta

mechanic

mekanika

captain

nahodha

dentist

daktari wa meno

scientist

mwanasayansi

rabbi

rabbi

imam

imamu

monk

mtawa

pastor

kasisi

tools

zana

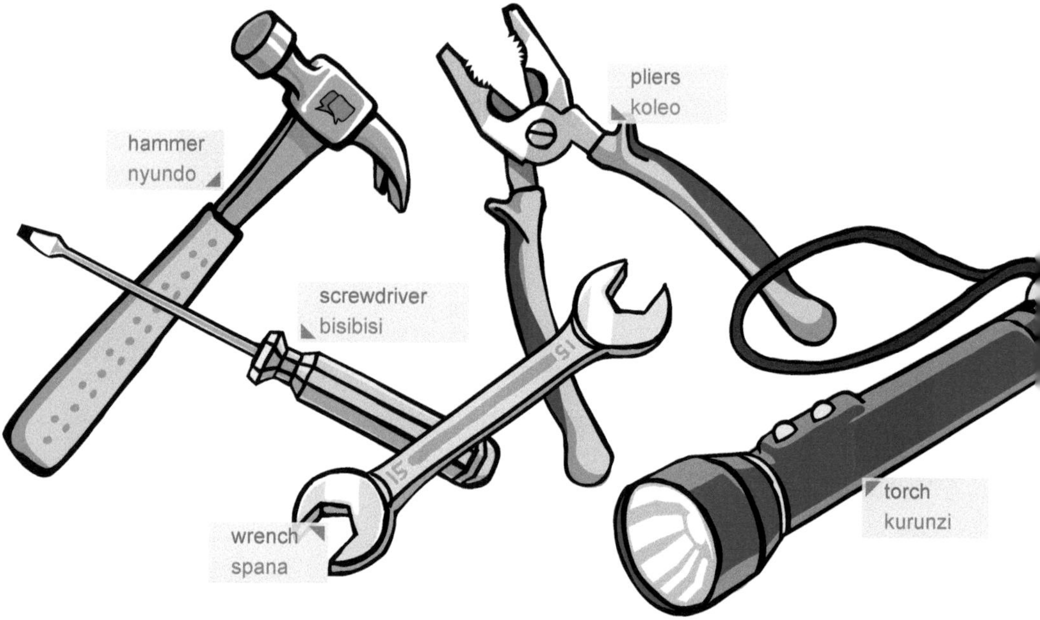
pliers
koleo
hammer
nyundo
screwdriver
bisibisi
wrench
spana
torch
kurunzi

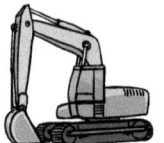

excavator

mchimbaji

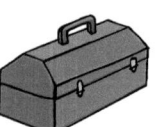

toolbox

sanduku la vifaa

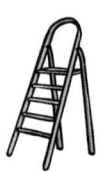

ladder

ngazi

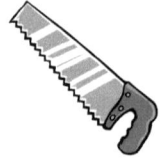

saw

msumeno

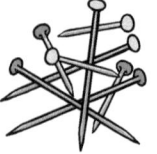

nails

misumari

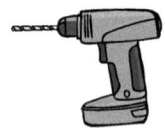

drill

kuchimba visima

repair

kukarabati

shovel

sepetu

Damn!

Lo!

dustpan

kishikio cha uchafu

paint can

chungu cha rangi

screws

skurubu

musical instruments
ala za muziki

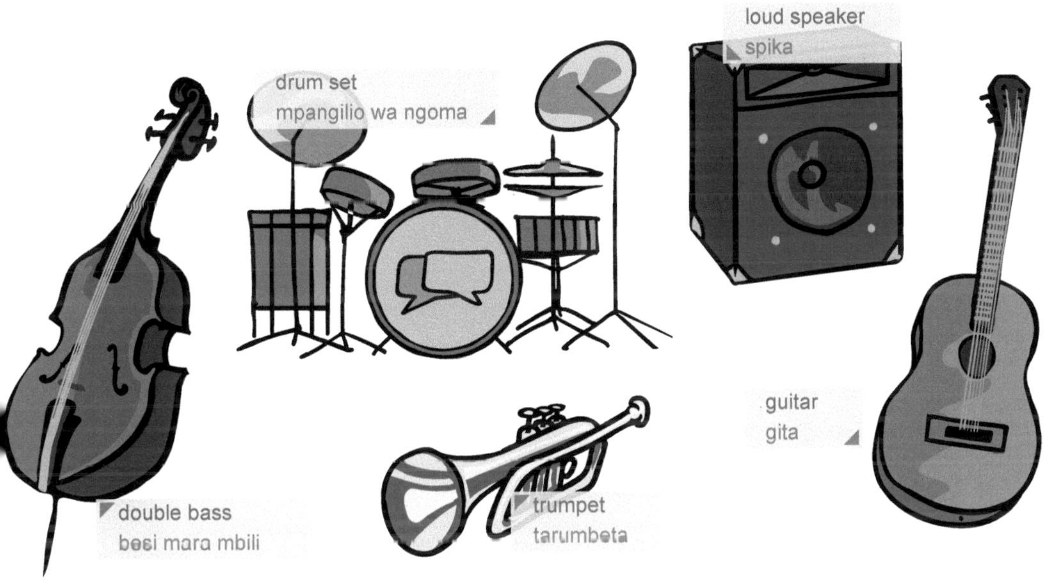

loud speaker
spika

drum set
mpangilio wa ngoma

guitar
gita

double bass
besi mara mbili

trumpet
tarumbeta

piano

piano

violin

fidla

bass

ubeji

timpani

timpani

drums

ngoma

keyboard

kibodi

saxophone

saksafoni

flute

filimbi

microphone

maikrofoni

ZOO
bustani ya wanyama

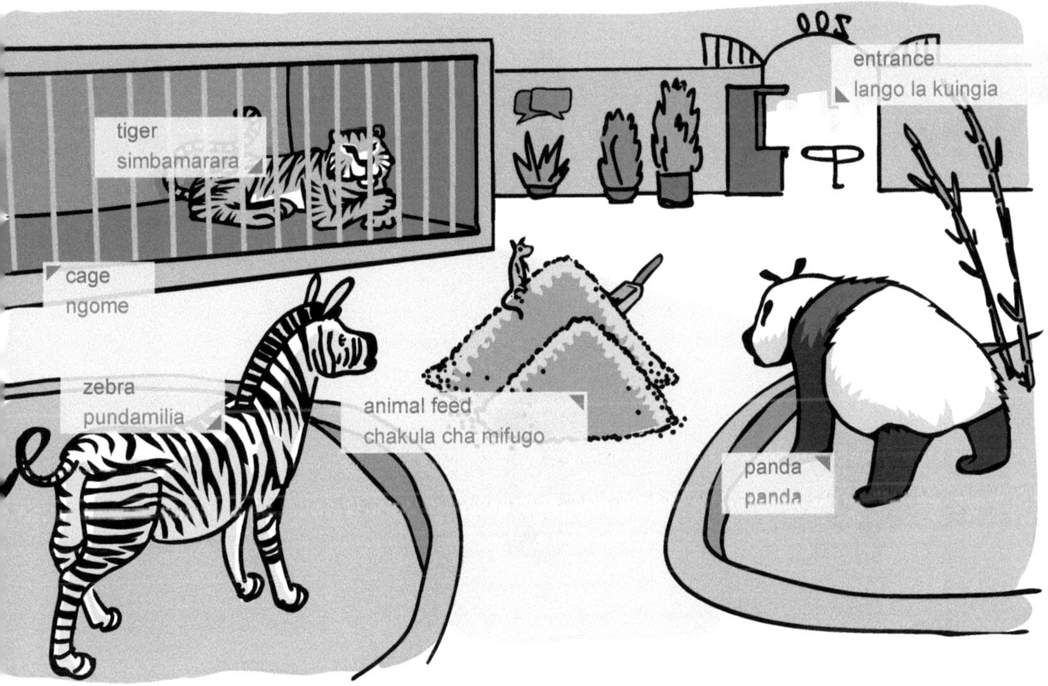

zoo
entrance
lango la kuingia
tiger
simbamarara
cage
ngome
zebra
pundamilia
animal feed
chakula cha mifugo
panda
panda

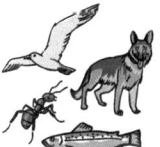

animals

wanyama

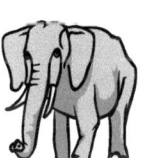

elephant

tembo

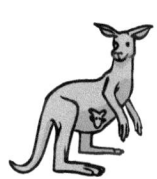

kangaroo

kangaruu

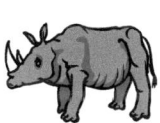

rhino

kifaru

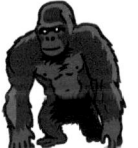

gorilla

sokwe

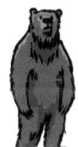

bear

dubu

camel

ngamia

ostrich

mbuni

lion

simba

monkey

tumbili

flamingo

heroe

parrot

kasuku

polar bear

dubu

penguin

penguini

shark

papa

peacock

tausi

snake

nyoka

crocodile

mamba

zookeeper

mtunza wanyama

seal

muhuri

jaguar

jaguar

pony

mwanafarasi

leopard

chui

hippo

kiboko

giraffe

twiga

eagle

tai

boar

nguruwe mwitu

fish

samaki

turtle

kobe

walrus

sili

fox

mbweha

gazelle

paa

American football
soka ya marekani

cycling
uendeshaji baiskeli

tennis
tenisi

basketball
mpira wa kikapu

swimming
kuogelea

boxing
ndondi

ice hockey
magongo ya barafuni

soccer
soka

badminton
vinyoya

athletics
riadha

handball
mpira wa mikono

skiing
skii

polo
polo

activities
shughuli

jump
kuruka
hug
kumbatia
laugh
cheka
walk
kutembea
sing
kuimba
dream
ota ndoto
pray
kuomba
kiss
busu

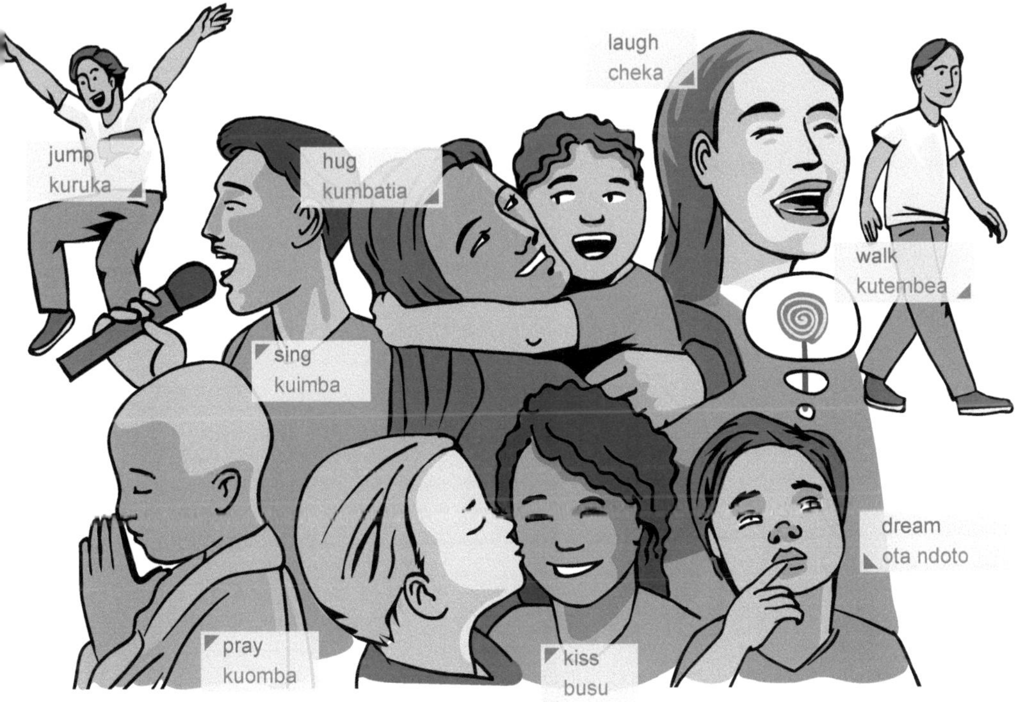

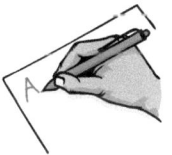

write
kuandika

draw
kuteka

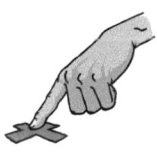

show
angalia

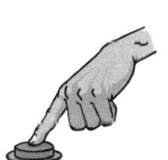

push
sukuma

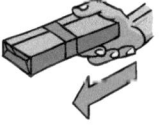

give
kutoa

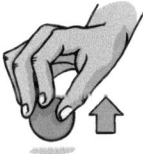

take
kuchukua

have
kuwa

do
fanya

be
kuwa

stand
kusimama

run
kukimbia

pull
vuta

throw
kutupa

fall
kuanguka

lie
hadaa

wait
kusubiri

carry
kubeba

sit
kukaa

get dressed
vaa nguo

sleep
usingizi

wake up
kuamka

look at

kuangalia

cry

lia

stroke

kiharusi

comb

chana nywele

talk

ongea

understand

kuelewa

ask

kuuliza

listen

kusikiliza

drink

kunywa

eat

kula

tidy up

nadhifisha

love

upendo

cook

mpishi

drive

gari

fly

kuruka

sail

meli

calculate

kokotoa

read

kusoma

learn

kujifunza

work

kazi

marry

kuoa

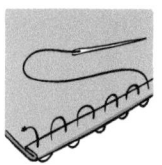

sew

kushona

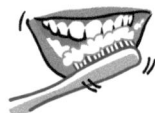

brush teeth

piga mswaki

kill

kuua

smoke

moshi

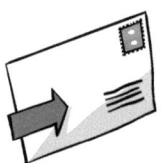

send

kutuma

family
familia

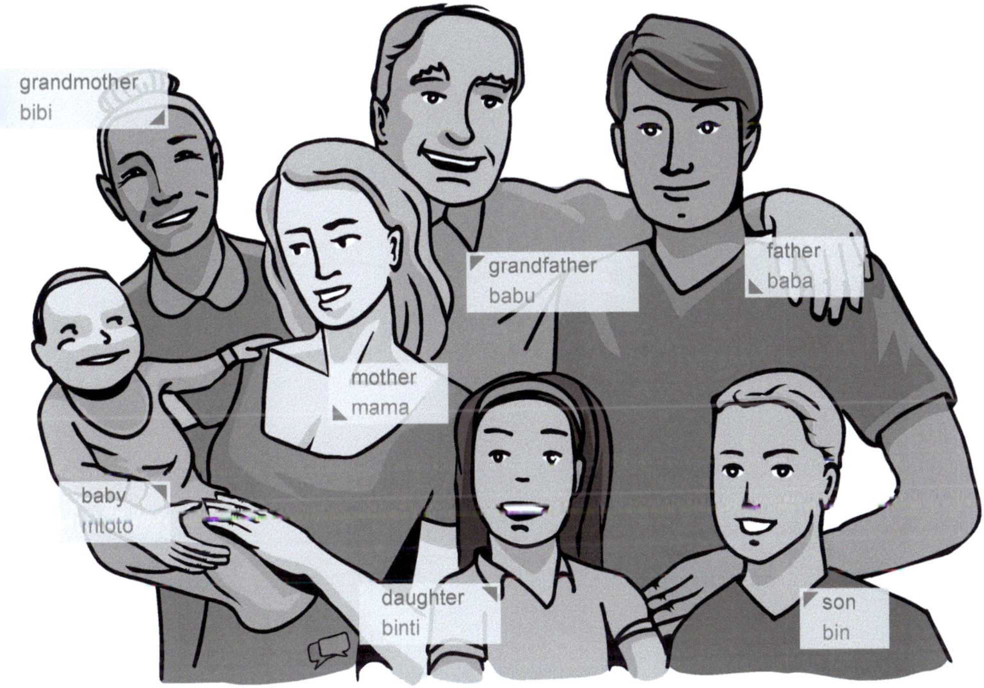
grandmother
bibi
grandfather
babu
father
baba
mother
mama
baby
mtoto
daughter
binti
son
bin

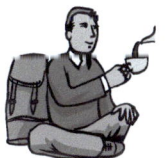

guest
mgeni

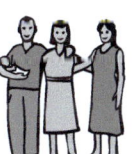

aunt
shangazi

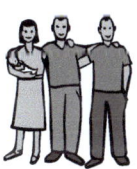

uncle
mjomba

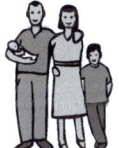

brother
kaka

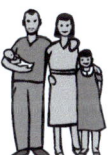

sister
dada

body

mwili

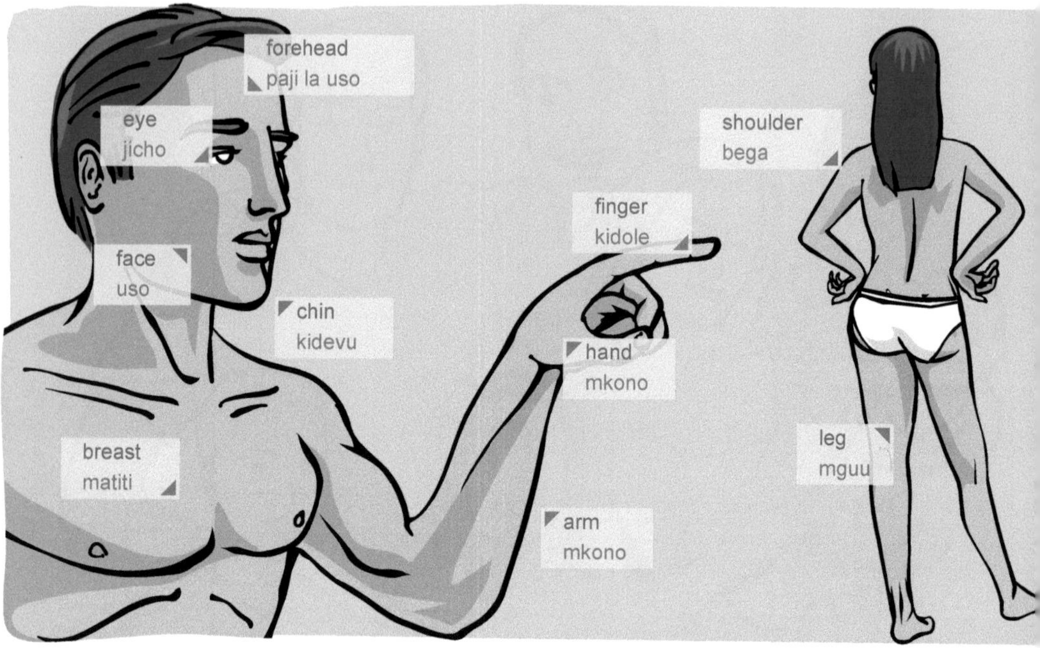

forehead
paji la uso

eye
jicho

shoulder
bega

finger
kidole

face
uso

chin
kidevu

hand
mkono

breast
matiti

leg
mguu

arm
mkono

baby

mtoto

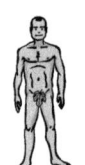

man

mwanamume

woman

mwanamke

girl

msichana

boy

mvulana

head

kichwa

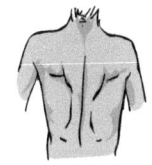

back
nyuma

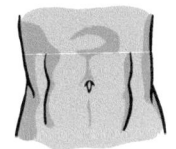

belly
tumbo

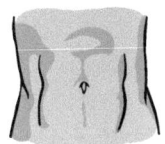

navel
kitovu

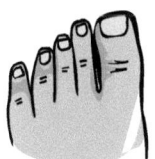

toe
chano

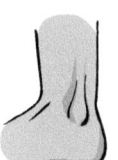

heel
kisigino

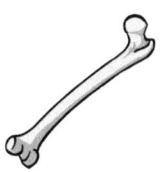

bone
mfupa

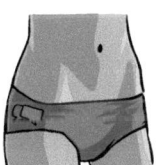

hip
nyonga

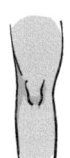

knee
goti

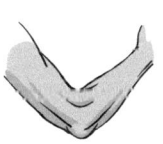

elbow
kiwiko

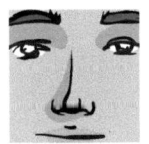

nose
pua

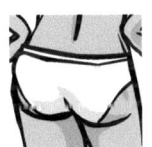

buttocks
chini

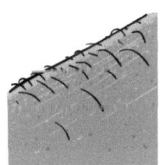

skin
ngozi

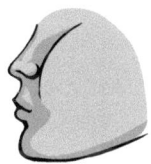

cheek
shavu

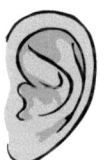

ear
cikio

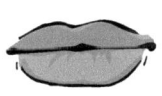

lip
mdomo

mouth

kinywa

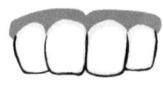

tooth

jino

tongue

ulimi

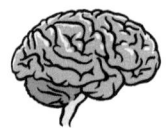

brain

ubongo

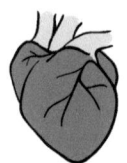

heart

moyo

muscle

misuli

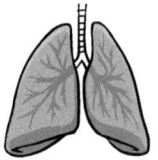

lung

pafu

liver

ini

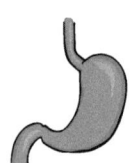

stomach

tumbo

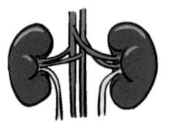

kidneys

figo

sex

jinsia

condom

kondomu

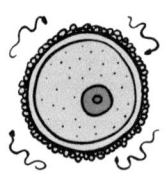

ovum

ovari

semen

shahawa

pregnancy

mimba

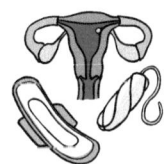

menstruation
....
hedhi

vagina
....
uke

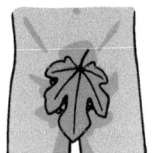

penis
....
uume

eyebrow
....
unyusi

hair
....
nywele

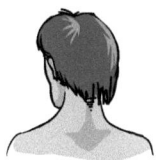

neck
....
shingo

body - mwili

hospital
hospitali

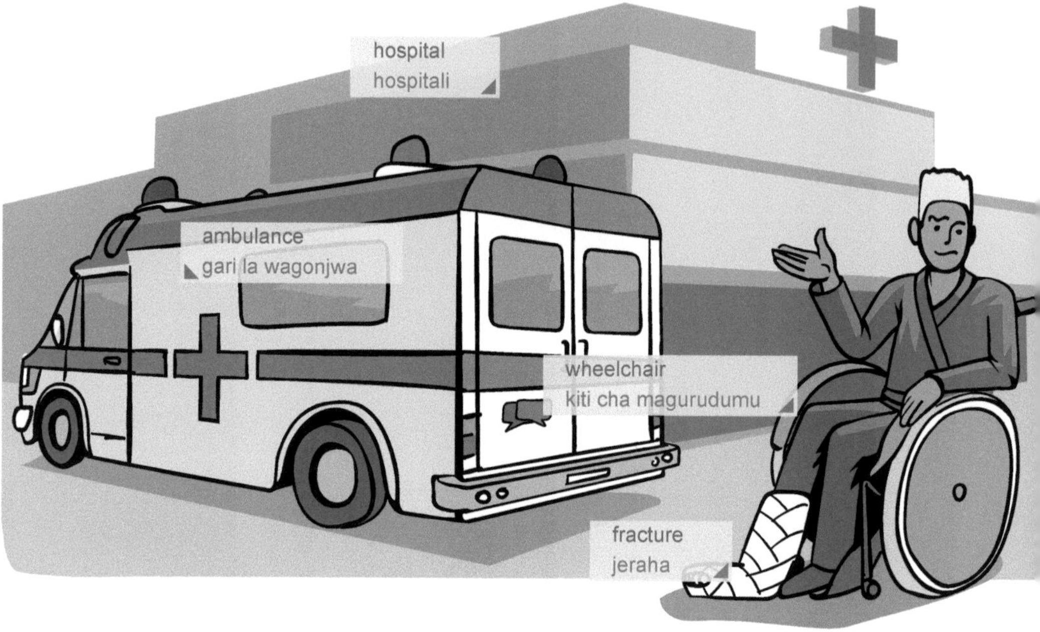

hospital
hospitali
ambulance
gari la wagonjwa
wheelchair
kiti cha magurudumu
fracture
jeraha

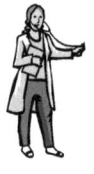

doctor
daktari

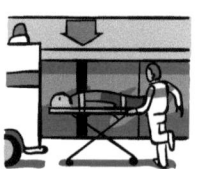

emergency room
chumba cha dharura

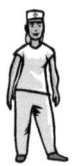

nurse
muuguzi

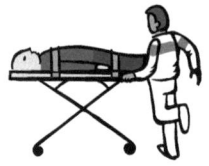

emergency
dharura

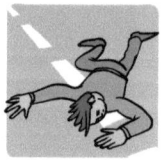

unconscious
kupoteza fahamu

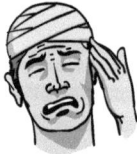

pain
maumivu

injury

kuumia

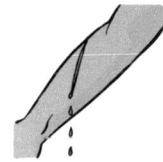

bleeding

kutokwa na damu

heart attack

mshtuko wa moyo

stroke

kiharusi

allergy

mzio

cough

kikohozi

fever

homa

flu

mafua

diarrhea

kuharisha

headache

maumivu ya kichwa

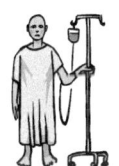

cancer

kansa

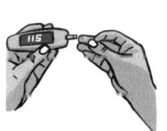

diabetes

ugonjwa wa kisukari

surgeon

daktari mpasuaji

scalpel

kisu kidogo cha kupasulia

operation

operesheni

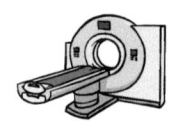

CT

picha changanufu ya mwili

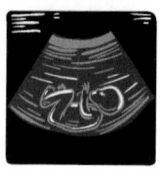

x-ray

Eksrei

ultrasound

mawimbi sauti

face mask

barakoa ya uso

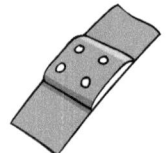

disease

ugonjwa

waiting room

chumba cha kusubiri

crutch

mkongojo

plaster

plasta

bandage

bendeji

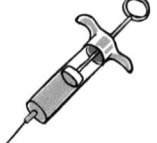

injection

sindano

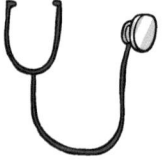

stethoscope

stetoskopu

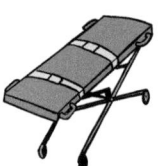

stretcher

machela

clinical thermometer

kipimajoto cha kliniki

birth

kuzaliwa

overweight

unene kupita kiasi

hospital - hospitali

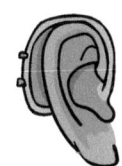

hearing aid

kusikia misaada

disinfectant

kipukusi

infection

maambukizi

virus

virusi

HIV / AIDS

VVU / UKIMWI

medicine

dawa

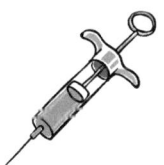

vaccination

chanjo

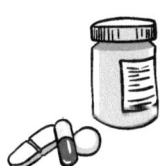

tablets

vidonge

pill

kidonge

emergency call

simu ya dharura

blood pressure monitor

haemodainamometa

ill / healthy

mgonjwa / mwenye afya

Help!

Msaada!

alarm

kengele

assault

pigo

attack

shambulizi

danger

hatari

emergency exit

lango la dharura

Fire!

Moto!

fire extinguisher

kizima moto

accident

ajali

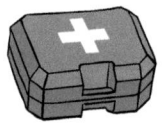

first-aid kit

vifaa vya huduma ya
kwanza

SOS

wito wa msaada

police

polisi

Europe

Ulaya

North America

Amerika ya Kaskazini

South America

Amerika ya Kusini

Africa

Afrika

Asia

Asia

Australia

Australia

Atlantic

Atlantiki

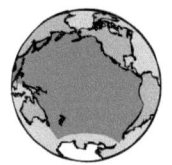

Pacific

Pasifiki

Indian Ocean

Bahari ya Hindi

Antarctic Ocean

Bahari ya Antaktiki

Arctic Ocean

Bahari ya Aktiki

North pole

Ncha ya Kaskazini

South pole

Ncha ya Kusini

Antarctica

Antaktika

earth

dunia

land

nchi

sea

bahari

island

kisiwa

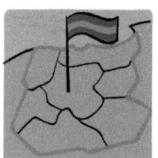

nation

taifa

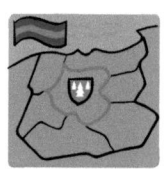

state

jimbo

clock face

uso wa saa

hour hand

akrabu ya saa

minute hand

akrabu ya dakika

second hand

akrabu ya sekunde

What time is it?

Ni saa ngapi?

day

siku

time

wakati

now

sasa

digital watch

saa ya dijilali

minute

dakika

hour

saa

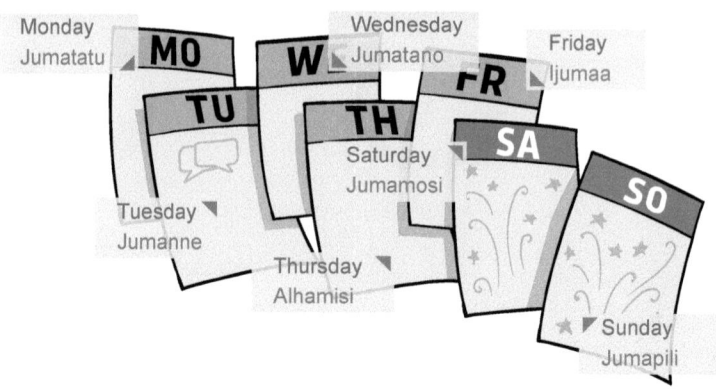

Monday — Jumatatu
Tuesday — Jumanne
Wednesday — Jumatano
Thursday — Alhamisi
Friday — Ijumaa
Saturday — Jumamosi
Sunday — Jumapili

yesterday

jana

today

leo

tomorrow

kesho

morning

asubuhi

noon

saa sita mchana

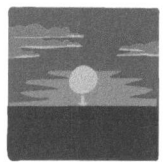

evening

jioni

workdays

siku za biashara

weekend

mwishoni mwa wiki

year
mwaka

rain
mvua
rainbow
upinde wa mvua
wind
upepo
snow
theluji
spring
majira ya machipuko
fall
vuli
summer
kiangazi
winter
majira ya baridi

4.APRIL 11°
5.APRIL 4°
6.APRIL 13°
7.APRIL 8°
8.APRIL 10°

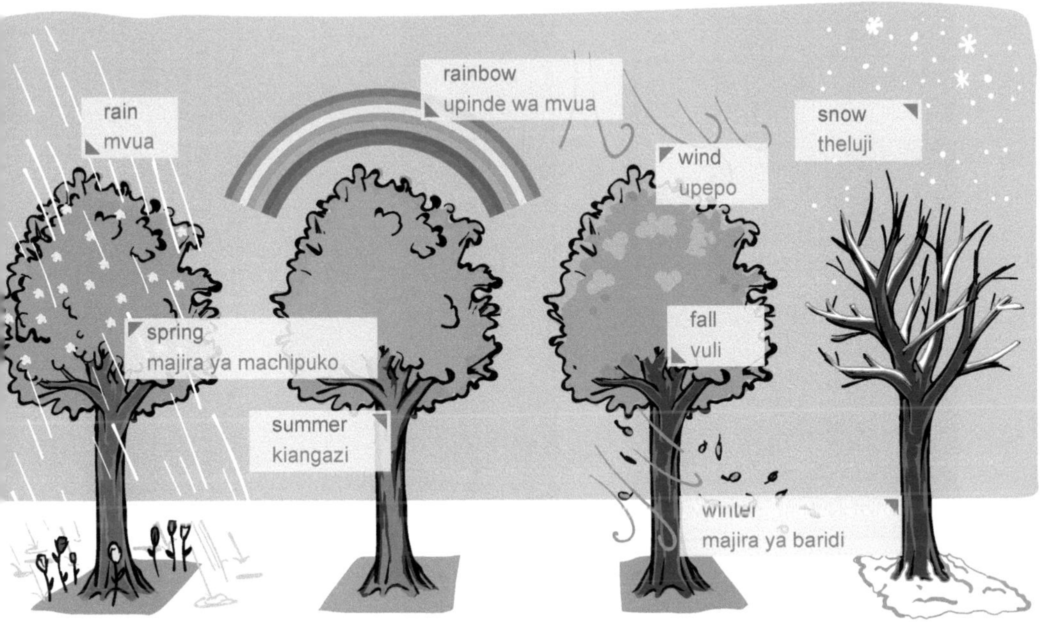

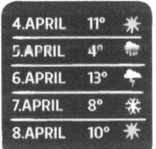

weather forecast

utabiri wa hali ya hewa

F C
120 40
90 30
60 20
30 10
0 0
-30 -10
-20

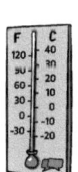

thermometer

kipimajoto

sunshine

mwanga wa jua

cloud

wingu

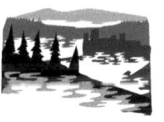

fog

ukungu

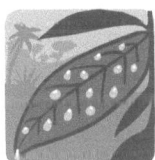

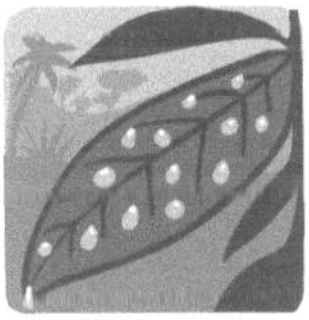

humidity

unyevu

lightning

umeme

thunder

radi

storm

dhoruba

hail

mvua ya mawe

monsoon

monsuni

flood

mafuriko

ice

barafu

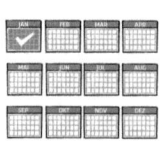

January

Januari

February

Februari

March

Machi

April

Aprili

May

Mei

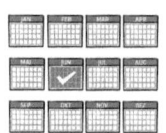

June

Juni

July

Julai

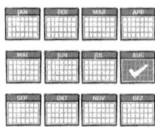

August

Agosti

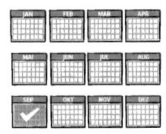

September
....
Septemba

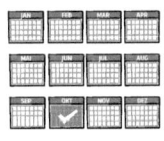

October
....
Oktoba

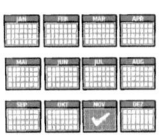

November
....
Novemba

December
....
Desemba

shapes
maumbo

circle
....
mduara

square
....
mraba

rectangle
....
mstatili

triangle
....
pembetatu

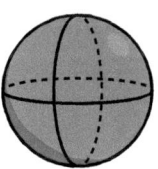

sphere
....
nyanja

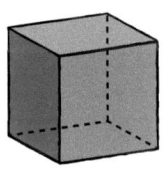

cube
....
mchemraba

rangi

white
....
nyeupe

yellow
....
manjano

orange
....
chungwa

pink
....
rangi ya waridi

red
....
nyekundu

purple
....
hudhurungi

blue
....
bluu

green
....
kijani

brown
....
hanja

gray
....
jivujivu

black
....
nyeusi

a lot / a little

mengi / kidogo

angry / calm

hasira / pole

beautiful / ugly

nzuri / mbaya

beginning / end

mwanzo / mwisho

big / small

kubwa / ndogo

bright / dark

angavu / giza

brother / sister

kaka / dada

clean / dirty

safi / chafu

complete / incomplete

kamilika / tokamilika

day / night

siku / usiku

dead / alive

wafu / hai

wide / narrow

pana / nyembamba

edible / inedible

kulika / kutolika

evil / kind

ovu / ema

excited / bored

sisimkwa / udhika

fat / thin

nene / nyembamba

first / last

kwanza / mwisho

friend / enemy

rafiki / adui

full / empty

jaa / tupu

hard / soft

ngumu / laini

heavy / light

nzito / nyepesi

hunger / thirst

njaa / kiu

ill / healthy

mgonjwa / mwenye afya

illegal / legal

haramu / kisheria

intelligent / stupid

akili / kijinga

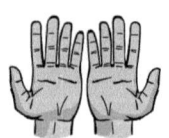

left / right

kushoto / kulia

near / far

karibu / mbali

new / used
mpya / kutumika

nothing / something
kitu / jambo

old / young
zee / changa

on / off
waka / zima

open / closed
wazi / fungwa

quiet / loud
utulivu / kelele

rich / poor
tajiri / masikini

right / wrong
sahihi / kosa

rough / smooth
mbaya / laini

sad / happy
huzunika / furahia

short / long
fupi /ndefu

slow / fast
polepole / haraka

wet / dry
nyevu / kavu

warm / cool
joto / baridi

war / peace
vita / amani

0

zero

sufuri

1

one

moja

2

two

mbili

3

three

tatu

4

four

nne

5

five

tano

6

six

sita

7

seven

saba

8

eight

nane

9

nine

tisa

10

ten

kumi

11

eleven

kumi na moja

12

twelve

kumi na mbili

13

thirteen

kumi na tatu

14

fourteen

kumi na nne

15

fifteen

kumi na tano

16

sixteen

kumi na sita

17

seventeen

kumi na saba

18

eighteen

kumi na nane

19

nineteen

kumi na tisa

20

twenty

ishirini

100

hundred

mia

1.000

thousand

elfu

1.000.000

million

milioni

English
....
Kiingereza

American English
....
Kiingereza cha Marekani

Chinese Mandarin
....
Kimandarini cha Uchina

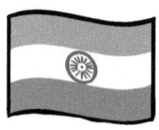

Hindi
....
Kihindi

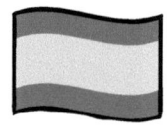

Spanish
....
Kihispania

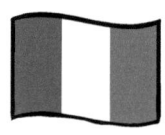

French
....
Kifaransa

Arabic
....
Kiarabu

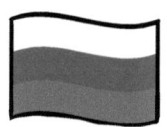

Russian
....
Kirusi

Portuguese
....
Kireno

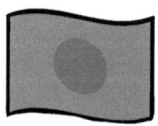

Bengali
....
Kibengali

German
....
Kijerumani

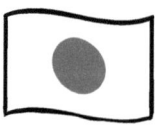

Japanese
....
Kijapani

I

mimi

you

wewe

he / she / it

yeye / yeye / ni

we

sisi

you

wewe

they

wao

who?

nani?

what?

nini?

how?

jinsi gani?

where?

wapi?

when?

lini?

name

jina

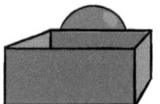

behind

nyuma

in

katika

in front of

mbele ya

over

juu ya

on

kwenye

under

chini ya

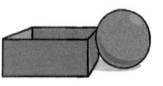

beside

kando

between

kati

place

mahali